அப்பத்தாவிடம் பதினேழு கம்மல்கள் இருந்தன

அப்பத்தாவிடம் பதினேழு கம்மல்கள் இருந்தன

ஜே.மஞ்சுளாதேவி

எழுத்து பிரசுரம்

Title: Appaththavidam 17 Kambalgal Irundhana
Author's Name: J. Manjula Devi

Published by Ezutthu Prachuram

Ezutthu Prachuram
(An imprint of Zero Degree Publishing)
No.75 & 76, I Floor, Kuppusamy Street,
Balaji Nagar, Padi,
Chennai - 600050

Website: www.zerodegreepublishing.com
E Mail id: zerodegreepublishing@gmail.com
Phone: 89250 61999

Ezutthu Prachuram First Edition : November 2025

ISBN :978-93-48439-81-9

TITLE NO EP : 599

Rs.100/-

Layout: G.Selvakumar
Cover Design: Vijayan, Creative Studio
Printed at Rathna Offset, Chennai, India

அன்புடன்

என் வழிகாட்டி கவிஞர் சிற்பியின் தாயார்
கண்டியம்மாள் பொன்னுசாமி
எங்கள் அப்பத்தாக்கள்
மணிவேல் அருணாச்சலம்
லட்சுமி பழனியப்பன்
மூன்று அப்பத்தாக்களுக்கும்...

என்னுரை

அப்பத்தா என்பது மூதாய்களின் பேருரு...

"அப்பத்தா" என்று இத்தொகுப்பில் நான் குறிப்பிடுவது என் ஒரு அப்பத்தாவை மட்டும் அல்ல. மண்ணைக் கிளறி விவசாயத்தையே சார்ந்து வாழும் உழுகுடிப் பெண்கள் எல்லோருமே நம் அப்பத்தாக்கள்தான். பார்வைக்கு எளிய மனுசியாயிருக்கும் இவர்கள், ஒரு நொடியில் பேருரு எடுப்பதைக் கண்டிருக்கிறேன். தாய் தந்தை திட்டமிட்ட ஆணவக் கொலையிலிருந்து பேரன் பேத்திகளைக் காப்பாற்றி கண்காணாத இடத்துக்கு வெகு தூரமாய் அனுப்பி வாழ வைத்த அப்பத்தாக்களை நான் பார்த்திருக்கிறேன். வயதாக ஆகக் கனிந்து ஒரு ஊரையே தன் குடும்பம்போல் நேசிக்கும் ஆளுமையை அருகேயிருந்து கண்டு வியந்திருக்கிறேன். குடும்ப அமைப்பின் மையமாகத் திகழும் மூத்த உழுகுடிப் பெண்களின் பேராற்றலையும் பெருங்கருணையையும் சொற்களில் காட்ட முயற்சி செய்திருக்கிறேன்.

என் இரு குழந்தைகள், காதம்பரி, தருண் சிற்பி மீது அன்பைக் கொட்டி வளர்த்த அப்பத்தா, கிருஷ்ண லீலா முத்துசாமி, அம்மாயி பார்வதி ஜம்புகேஸ்வரன் இருவர்க்கும் என் நன்றிகள்.

என் கல்லூரிக்கால நண்பன் கவிஞர். பொன்சுதா, எழுத்தாளர் அகிலா புகழ், என் இணையர் மு.ஹரிஹரகுமார், உள்ளிட்ட என் நண்பர்கள், அப்பத்தா கவிதைகளை மட்டும் தனியாகத் தருமாறு கேட்டதன் விளைவுதான் இந்த நூல். அவர்களுக்கு என் நன்றி.

கதைக் கவிதை எழுதுவதில் எப்போதும் என் வழிகாட்டி கவிஞர் சிற்பிதான். அவர் தன் தாயைப் பற்றி எழுதிய ‘ஓடோடு சங்கிலி’யைப் பற்றிக்கொண்டுதான் இங்கு வந்திருக்கிறேன். அவருக்கு என் செலுத்தித் தீராத நன்றிகள். அசலான உழுகுடிப் பெண்ணாகக் கோலோச்சும் திருமதி ரங்கநாயகி சிற்பி அம்மாவுக்கு என் நன்றி.

இக் கவிதை நூலை அழகாகப் பதிப்பித்திருக்கும் ஸீரோ டிகிரி எழுத்து பிரசுரத்தின் காயத்ரி மேடம்க்கும் ராம்ஜீ சார்க்கும் நன்றி. நூலை சிறப்பாக வடிவமைத்திருக்கும் தோழர் செல்வகுமாருக்கு மனம் நிறைந்த நன்றி.

மிக்க அன்புடன்

ஜே.மஞ்சுளாதேவி

ஆறு ஏக்கர் அப்பத்தா

ஆறு ஏக்கர் தோப்பு இருந்தா
மாடு மேய்க்கக் கூடாதுன்னு
எந்தச் சட்டத்துல எழுதிருக்கு
என்று கேட்பார் அப்பத்தா.
உயரமான பாறைக்கல்லில்
உட்கார்ந்தபடியே
நாக்கைக் கன்னத்தில் அழுத்தி இடும்
ப்ர்ரூக்சத்தத்திலேயே அத்தனை
மாடுகளையும் அடக்கி ஆள்வார்
கரடுமேல் கால் மேல் கால் போட்டபடி
அமர்ந்திருக்கும் அப்பத்தா
அப்போது மகாராணி
மாதிரியேதான் இருப்பார்.
ஆடு மேய்க்கறத விட
பாடம் படிக்கறது சுளுவுடா கண்ணு
என்று அப்பத்தா புத்தி சொல்லித்
துரத்திவிட்ட பொடுசுகள் ஏராளம்.

நீர்மலர்

அப்பத்தா நீச்சல்
அடிக்கும் என்பதே
அந்த ஊரில்
கொஞ்சம் பேருக்குத்தான் தெரியும்.
எல்லோரும் வருத்தத்தில்
இருக்கும்போது
கிணற்று மேட்டுக்கு வருவார்கள்.
அப்பத்தா மகிழ்ச்சியின் போதுதான் வருவார்.
வெண்பூ ஒன்று நகர்வதாய்
அவ்வளவு அழகாயிருக்கும்.
நீச்சல் தெரிஞ்சவங்களுக்கு
தண்ணிச்சாவு கிடையாது
என்று சொல்லும் அப்பத்தா
கண் சிவப்பாகி
வாயெல்லாம் வெளுத்தபின்
படியேறி வரும்போதெல்லாம்
தனக்குள் ஒருமுறை உச்சரித்துக் கொள்வார்
நம்மை விட்டுட்டுப் போனவங்க எல்லாம்
தண்ணீர்க்குள்தான் இருக்கிறார்கள்.

எலும்பில்லாத கறி

சிவராத்திரி முடிந்து
இரண்டு வாரம் தாண்டி
மறுபூசை நடக்கும்.
பரம திருப்தி அப்பு
கட்டுக்குலையாம இருக்கணும்
என்று சாமியாடி
திருநீறு கொடுத்துப் பானக்கம் குடித்ததும்
இலை போடுவார்கள்
குழந்தைகளுக்கென்று தனிவரிசை
ராத்திரி ஒரு மணிக்கு
சாப்பிடுகிறார்களா சாமியாடுகிறார்களா
என்று தெரியாது.
பரிமாற வரும் அக்காள்
தங்கை குழந்தைகளுக்கு எச்சுக்கறியை
வைக்காதது போல வைத்துச் செல்வாள்.
தங்கச்சி பரிமாறவரும்போது
அக்காள் குழந்தைகளுக்கு
எலும்பில்லாத கறி அதிகமாய்
வைப்பாள்.
வீட்ல திங்க வழி இல்லாததுக
இதுக மூணும்
என்று சொல்லி
கடும் சைவக்காரி பெற்ற மூவருக்கும்

ஆளாளுக்கு கறித்துண்டுகளைப் போட்டுக்
கொண்டேயிருப்பார்கள்.
தனியேபொறுக்கி வைத்த ஈரல் துண்டுகள்
எல்லாக்குழந்தையின் இலையிலும் இருக்கிறதா என்று
கண்ணைச் சுருக்கிப் பார்த்துக் கொண்டிருக்கும்
அப்பத்தா பக்கத்திலிருந்து
எல்லாவற்றையும்
பார்த்துக் கொண்டிருக்கும் கருப்பராயன்
அப்பத்தாவைப் பார்த்து நடுங்கிக் கொண்டிருப்பார்.

தொட்டில்மரம்

வயல் ஓரத்தில்
இருக்கும் அந்தமரம்
அப்பத்தா போலவே
வயதானது.
எப்போதும் தொட்டில் குழந்தையுடன் இருக்கும்.
களை எடுப்பவளின்
முன் பக்கம் கொஞ்சம் நனையத் தொடங்கும்போதே
அப்பத்தாவுக்குத் தெரிந்து விடும்.
போ கண்ணு புள்ளையப் பார்த்துட்டு வா
என்று அப்பத்தா அனுப்பியதும்
வா என்று
மரம் கிளையை ஆட்டும்.

அப்பத்தா வைத்தியம்

அப்பத்தா வயலுக்குள் இறங்கினால்
களை எடுக்கும் பெண்கள்
அத்தனை பேரும் குட்டிப் பூனைகளாகி
அப்பத்தாவைச் சுற்றி வருவார்கள்.
ஒருத்தியின் நடை மாறினாலும்
அப்பத்தாவின் கண்களுக்குத் தப்பாது.
அகட்டி அகட்டி நடக்கற
இங்கே வா என்ற அதட்டல்
அந்த ஒருத்தியைத் தவிர யாருக்கும் கேட்காது.
யோனி என்ற கவித்துவச் சொல்
எல்லாம் அப்பத்தா அறியாள்.
பொன்னுடம்பைக் காட்டாத்தா என்று
மருந்திடுவாள்
முருங்கை இலை மட்டும் அடையாளம் தெரியும்
கூடவே நாலைந்து இலை சேர்த்தரைக்கும் போது
பொன்னும் பூவும் ஒண்ணுன்னு
தெரியாத
அந்தக் கட்டித்தின்னி வரட்டும்
என்று பேசும் பேச்சு பொறுக்காமல்
காதைப் பொத்துவாள் மருந்தேற்றவள்.
விவரம் தெரியாமல்
அங்கு மேயும் சேவல்
அம்மி பக்கத்தில் வந்து
கெக் கெக் என்று பக்கவாட்டில்
சிறகு விரித்து கோழிக்கு குறிப்பொலி கொடுத்து
கல்லெறி பட்டுப் பதறி ஓடும்.

அப்பத்தா என்னும் பேருழத்தி

சணல் மூட்டை வழியாய்
பசேரென்று முளைத்த
நெல்நாற்றுகளை
செய்தியில் பார்த்த அப்பத்தா
இரண்டு நாளாக
யாருடனும் பேசவில்லை.
யாரோ பயிரிட்ட நெல்
மழையில் முளைச்சதுக்கா ஆத்தா
இந்தப்பாடு படறீங்க
என்றார்கள்.
யாரோடதா இருந்தால்தான் என்ன
நெல்லு நெல்லுதான.
மண்ணில் முளைச்சா
மனசு குளிரும்
சாக்கில் முளைச்சா
அடி வயிறு வேகும்.

திரி

எல்லா கார்த்திகைக்கும்
காலையிலிருந்தே
திரி திரிக்கத்
துவங்குவார் அப்பத்தா.
அப்பத்தாவிடம்
திரிவாங்கி வரச்சொல்லி
குழந்தைகளைத் தாட்டிவிடுவார்கள்.
எல்லோர் வீட்டிலும் கழுவி வைத்த
விளக்காஞ் சுட்டிகளைப்
பக்கத்தில் இருந்து எண்ணியது போல்
மிகச் சரியாய்த் திரி தருவார்.
அவ ஆசைக்காரி
அம்பது விளக்குக்கும் அதிகமாத்தான்
ஏற்றுவாள் என்பார்.
அய்யனோட வேட்டியில் திரித்தது
என மறக்காமல் சொல்வார்.
குழந்தைக எதுவும் நினைக்காதுக
பச்ச மண்ணுக.
ஆனால் பெரியாளுக
என் சீலைனு நெனைப்பாங்கள்ளனு
சொல்லும்போதும்
சிரிப்பு அப்பத்தாவை விட்டுப் போகாது.
அப்புறம் பாக்கெட் திரி வந்தது
காசைத் தூக்கிக் கொண்டு
கடைக்கு ஓடிக்கொண்டிருக்கிறார்கள்.

உடையும் சொல்

நான்கு காளைமாடுகளையும்
ஐந்து எருமைகளையும்
ஒற்றை ஆளாய்
வளர்க்கும் அப்பத்தா
யாராவது குழந்தை
பலூனைக் கொஞ்ச நேரம்
பார்த்துக்க ஆத்தான்னா போதும்
பலூன் பிடித்த கை
நடுங்கத்துவங்கும்.
யாராவது கேட்டால்
அப்பத்தா சொல்வார்.
மற்றவர் கை பலூன்
உடைந்தால் ஆறுதல் சொல்லலாம்.
கையளித்த பலூன் உடைந்தால்
சொல் உடையும்.

எதிர் முகம்

இல்லாமல் போனவங்க
எல்லோருமே நல்லவங்கதான்
என்பார் அப்பத்தா.
முத்தம் கொடுப்பதற்கு மட்டுமல்ல
முட்டாளுன்னு திட்றதுக்கும்
முகம் எதிர்ல இருக்கணும்
என்பது அப்பத்தாவின் நியாயம்.
கைப்பிடி மண் தராமல் வஞ்சித்தவர்க்கு
வருடம் தவறாமல் படையலிடும் அப்பத்தா
வீட்டுக் குழந்தைகளுக்கு
சொல்வார்.
அப்பாரு நல்லவரு தங்கம்.

நாகு அப்பத்தா

கிடாய் வெட்டின்போது
படையலிட்டுத் தாழிட்டுக்கதவடைத்ததும்
திறக்கும் முன்பு
கைதட்டுவது நாகு அப்பத்தாதான்.
தீர்த்தம் பங்கிடுவதும் அப்பத்தா தான்.
தலைக்கறி எடுத்து
குடலுடன் புளிச்சாறு வைத்து
அடுத்த நாளுக்கும் பங்கு வைப்பாள்.
முதல் நாள் வராதவர்களுக்கு
கரண்டியில் அள்ளி வைப்பாள்.
அப்பத்தா இருக்கும்வரை
பங்கீட்டில் ஒரு முணுமுணுப்பு இருக்காது
யாராவது ஆணாய்ப் பிறந்திருக்க வேண்டியவள்
என்றால் போதும்
பெண்ணாகப் பிறந்ததில் என்ன குறைந்து விட்டது என
இன்னொருமுறை சாமியாடுவாள்.

வெறும் பூக்கள்

வெளிநாட்டிலிருந்து வந்த
புதுநாட்காட்டி
உங்களுக்குத்தான் செடி கொடி பைத்தியம் பிடிச்சிருக்காம்
உங்களுக்குத் தரச் சொன்னார்
என்று அப்பத்தாவிடம்
அவள் கொடுத்தாள்.
அழுத்தமான அடர் காபி நிறக் கிளையில்
இளஞ்சிவப்புப் பூக்கள் மொய்த்திருந்தன.
நீயே வச்சுக்கோ கண்ணு
உடம்பிறந்தாளுகளுக்கு அழைப்பில்லாத
கல்யாணத்துக்கு
ஒத்தையா பட்டுச் சேலை
கட்டிட்டுப் போன பொண்ணு மாதிரி
ஒரு இலைகூட பக்கத்தில் இல்லாமப்
பார்க்கறதுக்கே பாவமாக இருக்கு
என்றார் அப்பத்தா.

உடன் பிறந்தவன்

ஒரு கூடை பன்னீர் ரோஜா
கேட்டாலும் ஒற்றை ஆளாய்ப்
பறித்துத் தரும் அப்பத்தா
ஒற்றைப் பூவைத்
தரும்போது எப்போதும்
ஒரு மூவிலைக் காம்பையும்
சேர்த்துத்தான் தருவார்.
அதெப்படி ஒற்றைப் பூவைத்
தனியாகத் தருவது
கல்யாணப் பொண்ணு கூட
பணியாரக் குடம் துக்கிச் செல்லும்
உடன் பிறந்தவன் மாதிரி
ஒரு இலையைக் கூடவே வச்சாத்தான
இந்த மனசு சமாதானமாகுது.

காப்பிக் கலர்

அப்பத்தா சேலை மீது
காப்பியைக் கைதவறிக் கவிழ்த்துவிட்ட
மகளை அடிக்க வந்த தன் மகனைத்
தடுத்துச் சொல்கிறார்
இன்னைக்கு ஒரு நாள்
பேத்தி என்னையக் காப்பிக்கலர் சேலையக் கட்ட வச்சிட்டா.

குலவை

பொங்கலிடும் போதெல்லாம்
குலவையிடுவார் அப்பத்தா.
நூறுபேர்க்கு நடுவிலும்
தனியாய்த் தெரியும்
அப்பத்தாவின் குலவைஒலி.
அமானுஸ்யத்தின் இருப்பு.
தனி அடையாளம்.
மகிழ்ச்சியின் துள்ளலோசை
என்றெல்லாம் சொல்லமாட்டார்.
நான் தனி அல்ல தனி அல்ல
என்பது குலவை என்பார்.

பழமரம்

எந்த மரத்தில்
பழம் பறித்தாலும்
இரண்டு மூன்று பழங்களைப்
பறிக்காமல்
விட்டு விடுவார் அப்பத்தா
பறவைகளுக்கா என்றால்
மரத்துக்கு என்பார்.

அந்திக்காக்கை

அந்தி சரியும்போது
வந்த பறவைக்கு
கட்டாயம் சோறிடு என்பார் அப்பத்தா.
மதியக் காக்கைகளுக்கும்
அமாவாசைக் காக்கைகளுக்கும்
நிறையபேர் இருக்கிறார்கள்.
மறந்துவிடாதே
அந்திக்காக்கைக்கு
நீ மட்டும்தான்.

ஔடதச் செலவு

பொய்யாய்க் கேட்டாலும்
மருந்துச் செலவுக்கு என்றால்
கட்டாயம் பணம் கொடுப்பார் அப்பத்தா.
நோய்மை இடர்
யாருக்கும் வரலாகாது என்பார்.
சிலந்திக்கட்டி சிகிச்சைக்குப்
பணம் இருந்திருந்தால்
வாழ்க்கையே மாறியிருக்கும் என்று
வானம் பார்ப்பார் அப்பத்தா.

ஆண் வெற்றிலை

சாப்பிட்டுக் கழுவிய கை ஈரம்
உலர்வதற்குள்
வெற்றிலை பாக்கு தர வேண்டும்
என்ற அப்பத்தா வெற்றிலை போடமாட்டார்.
காரணம் கேட்டால்
அவர் வந்து சுண்ணாம்பு தடவி மடித்துத் தரவேண்டும்
அது அடுத்த ஜென்மத்தில் தான் என்பார்.
பார்த்துத் தீராதது
ரயில் யானை கடல் மட்டுமல்ல
காம்பு பார்த்து
ஆண் வெற்றிலையும் பெண்வெற்றிலையும்
சேர்த்து சுண்ணம் தடவி பாக்கு வைத்து
தாம்பூலம் மடித்தலும் தான்
என்பார் அப்பத்தா.

அப்பத்தா என்னும் அணங்கு

அறுவடையின் போது
கேப்பைக் களத்திலேயே
உயிர் விட்ட ஆராயிப் பாட்டியை
ஏணியில் படுக்கவைத்து
பதினோரு மைல் நடந்து வந்ததைச் சொல்லும்
அப்பத்தாவைப் போல் தான்
இருப்பாள் எங்கள் ஊர்
கோயிலின் பேச்சியாத்தாள்.

மருதாணி அப்பத்தா

மருதாணி வைத்த கை
பாதி காய்ந்திருக்கும் போது
கன்னத்தில் அழுத்தி வைத்து
அப்பத்தா கேட்பாள்
புதுப் பல் முளைச்ச குழந்தை
கடித்தது போல் இருக்கா.
போவோர் வருவோர்க்கெல்லாம்
மருதாணி வைத்துவிடும் அவளுக்குக்
குழந்தைகள் இட்ட பெயர்
மருதாணி அப்பத்தா
ஊரார் இட்ட பெயர் புழு பூச்சி இல்லாதவள்.

முன் கண்ணி

தலை நிற்காத சிறு குழந்தையை
அடியில் கை கொடுத்து
மடியிலிட்டுப் பாடுகிறார்
அப்பத்தா.
தங்கமே
தடத்தில வழியில
போகாத
தட்டார் பார்த்தா புடிச்சுக்குவார்
பெட்டியில போட்டுப் பூட்டிக்குவார்.
ஒரு குழந்தையைக்
கொஞ்சுவதென்பது
சங்கிலியின்
முன் கண்ணியையும் பின் கண்ணியையும்
கோர்ப்பது.
காலத்தின் கன்னம் கிள்ளி
கொஞ்சம் நேரம் உறையவைப்பது.

ஈரச் சொல்

மழை வரும் என்று
அப்பத்தா
சொன்னால் சொன்னதுதான்.
விதைக்கக் காத்திருப்பவர்கள்
அப்பத்தா சொல்
பார்த்துக் கொண்டிருப்பார்கள்.
கூடவே மழையும்.

யாவர்க்கும் பெய்யும் மழை

அடித்துப் பெய்த மழை
ஓய்ந்தது.
ஓருழவு மழை என்கிறார்
நெல் உழவர்.
கப்பல் மிதக்கும் மழைஎன்கிறாள்
மூன்றாம் வகுப்பு மகேஸ்வரி.
வான் பார்த்து
கை கூப்புகிறார் அப்பத்தா.

பழகிய பழக்கம்

அறுத்து முடித்து
களத்தில் அடிக்கும் முன்
நெல் கதிரை
எடுத்து எடுத்து அப்பத்தா
சேர்த்துக் கட்டிய நெல் குஞ்சத்தின் அழகில்
பட்டுக் குஞ்சம் தோற்று வெட்கும்.
வீட்டு வாசலில் தொங்கவிட்டுச் சொல்வாள்.
வயலில் தின்று பழகிய
குருவிகள்
இனி வீடு வந்து தின்னட்டும்.

கிளிக் கண்ணாடி

அப்பத்தா வீட்டுக் கண்ணாடி
ஆளுயரம் இருக்கும்.
எட்டிப் பார்க்காமலே எல்லோரும் முகம் பார்க்கலாம்.
தாழம்பூ தைத்த பேத்திகளின்
பின்னலைக் காட்டும் புகைப்படங்களில்
கொஞ்சம் அதிகமாய் மினுங்கும்
நீள் செவ்வகங்களின் ஓரத்தில்
பூவும் கொடியுமாய் வடிவங்கள்
உள்ளிருந்து குமிழியிட்டுக் கொப்பளித்திருக்கும்.
அதற்கருகே சின்னதாய்
ஒரு விரிசல் இருக்கும்.
விரிசல் கண்ணாடி வீட்டுக்கு ஆகாது
என்று யாரேனும் சொன்னால்
அவர்களை அழைத்துப் போய்க் காட்டுவாள்.
இது மூக்கு... இது வால்...
அப்பத்தாவின் விரல்களுக்குப் பின்
மெதுவாய் சிறகு விரிக்கும் ஒரு கிளி.
ஒரு கோபநொடியின் அடையாளக் கீறல் அது என்பது
அப்பத்தாவுக்கு மட்டுமே தெரியும்.
புதுப் பெண்ணாய் மைதீட்டிக் கொண்டிருந்த
அப்பத்தா மீது தாத்தா வீசிய மோதிரக்கையின் கீறல்.
கூப்பிட்டது கேட்கலையா
லாரிப் பேட்டைக்காரியாட்டமா மைதீட்றயா என்றார்.

அதற்கப்புறம் தாத்தா எவ்வளவு கெஞ்சியும்
அப்பத்தா மைதீட்டவே இல்லை.
கோபம் மறந்த அந்தரங்கப் பொழுதுகளில்
எத்தனையோ முறை
இது வால்... இது மூக்கு என்று தாத்தாவுக்கும்
காட்டுவாள் அப்பத்தா.
சாகும்வரை தாத்தாவுக்கு
கிளி தெரியவில்லை.

எழுத்து வேலை

களை எடுக்க எடுக்க
பீறிடும்
அழுகையோடு வெடித்தாள்.
பட்டுச்சேலையக் கட்டிட்டுக்
கூட்டம் கூட்டமா வந்து
பொண்ணக்குடு ம...க்குடுன்னு
நடையா நடந்தாளுக
வீட்டை எழுதி வாங்கிட்டு வான்னு
கல்யாணம் முடிஞ்ச மூணாம் மாசமே
இப்ப மகளத் தனியா
பஸ் ஏத்தி விட்ருக்காளுக.
வரப்பிலிருந்து அப்பத்தா கத்தினார்
இந்தக் காப்பியக் குடிச்சிட்டுப்போ
காலைல கஞ்சி குடிச்சிருக்க மாட்டயே.
எழுத்து வேலை எல்லாம்
எங்காலத்துக்குப் பெறகுன்னு
கண்டிசனா சொல்லிப்போடு.
பொறக்கறப்பவே
பொண்டாட்டியாவா பொறந்தா.
உன் வீட்ல
உம் மகளா இருந்துட்டு போறா.

விசாலு அப்பத்தா

எங்கள் காலத்துக்
கல்யாணம் எல்லாம் வாயழைப்புதான்.
அதெப்படித்தான்
கல்யாணக் காகிதத்தைக்
கிழிக்க மனசு வருதோ என்பாள்
மூட்டை மூட்டையாய்
திருமணப் பத்திரிகை
சேர்த்து வைத்த விசாலு அப்பத்தா.
தன் ஒற்றைக்கு ஒரு மகன்
ஓடிப்போய் செய்த பதிவுத்திருமணத்துக்குப்பின்தான்
கையில் கிடைத்த தாள்களை எல்லாம்
துண்டாக்கத் தொடங்கினார்.

பாளையத்தூர் வெள்ளைச்சீலை அப்பத்தா – 1

மாலை நழுவிக் கொண்டிருந்த நேரத்தில்தான்
மணிக்கா விசும்பிக் கொண்டிருந்தாள்
பத்து நாளாய்க் காணாமல் போயிருந்த கணவன்
வேறு ஒருத்தியை மலைக்கோவிலில் வைத்து
திருட்டுத் தாலி கட்டிய விவரம் சொல்லித் தேம்பினாள்.
வெள்ளைச் சேலையை உதறிச் செருகிய அப்பத்தா
விளக்கு வைக்கும் நேரத்துல கண்ணீர் சிந்தாத தாயி
பொறக்கும்போதே புருசனோடவா பொறந்த
என்று தேற்றினாள்.
யோனி, பெண்குறி என்று நவீன வார்த்தைகள் அறியாத அப்பத்தா
அக்காவின் காதோரத்தில் கிசு கிசுத்தாள்
தண்ணிய நல்லாக் கொதிக்க வச்சு
தினமும் படுக்கப்போகறதுக்கு முன்னாடி பொன்னுடம்புல
நாலு போசி அடிச்சு ஊத்திக்க தாயி
நல்லாத் தூக்கம் வரும். ***

பாளையத்தூர் அப்பத்தா – 2

கல்யாணம் பண்ணிக் கொடுத்த மறுவாரம்
மறுவீடு வந்த திலகமக்கா
புகுந்தவீடு போகமாட்டேன் என்று பிறந்தவீட்டோடு தங்கிவிட்டாள்.
ஆறு ஏக்ரா தோப்பும் அஞ்சு ஏக்ரா மேட்டுக்காடும் விட்ராதே
என்று சொந்தங்கள் எடுத்துச் சொல்லியும்
மாட்டேன் என்று இரட்டைக் காலில் நின்றுவிட்டாள்.
பல்லாங்குழியில் தங்கிவிட்ட புளியமுத்தாகிவிட்டாளே
என்று மூன்று வருடமாய்
அடுத்த வீட்டு அப்பத்தாவிடம் நொந்துபுலம்புவாள் அம்மாக்காரி.
முதல்தாரமாய்க் கேட்டு வந்தவர்களுக்கு
அக்காவைப் பிடிக்கவில்லை.
இரண்டாம்தாரமாய்க் கேட்டுவந்தவர்களை
அக்காவுக்குப் பிடிக்கவில்லை.
நான்காவது வருடத்தில் வந்த நாத்தனார் மகனை
உள் அறைக்குக் கூட்டிச் சென்று அப்பத்தா என்ன சொன்னாளோ
அடுத்த மூகூர்த்தத்திலேயே கல்யாணம் முடிந்து புகுந்தவீடு போனாள்.
மாப்பிள்ளையிடம் என்ன சொன்னாய்
என அப்பத்தாவிடம் கேட்டவர்களுக்கெல்லாம்
சுரைக்காய்க்கு உப்புப்பத்தலைனு சொன்னேன் என்பாள் அப்பத்தா.
திலகமக்கா
இரண்டாவது மறுவீடு வந்து
வெற்றிகரமாய் புகுந்த வீட்டிற்குக் கார் ஏறியதும்
அப்பத்தாவின் காலில் விழுந்த அம்மா
அப்பத்தாவிடம் கும்பிட்டுக் கேட்டாள் மாப்பிள்ளைப்
பையனிடம் அன்றைக்கு என்ன சொன்னீங்க...
சிரித்தபடி அப்பத்தா சொன்னாள்
கயிறு எட்டாத கிணத்துத் தண்ணிய சேந்திக் குடிச்சிருப்பானான்னு யோசி.

பெண் கூட்டம்

பேச்சியாத்தம்மன் கோயிலுக்கு வரும்போதெல்லாம்
ஏழு கன்னிமார் கிட்டேயே
மஞ்சள் எடுத்து ஏழு பேருக்கும் பூசிப்
பொட்டிட்டு ஏழு பேருக்கும்
ஒரு பூ கூடாமல் குறையாமல்
பூவைப் பங்கிட்டு வைத்து விட்டு
அங்கேயே உட்கார்ந்து
விடுவார் அப்பத்தா.
உள்ளே வரும்படி யாராவது அழைத்தால்
சிரித்தபடியே சொல்லுவார்.
ஒத்தப் பொம்பளையா உள்ளயா உக்கார்ந்திருப்பா
ஏழோடு நாயம்பேசிட்டு இங்குதான்
ஆத்தாவும் உட்கார்ந்திருப்பா.

பீர்க்கை விதை

காய் விதைகளை
சேகரிப்பதில்
அந்த ஊரில் அப்பத்தாவை
மிஞ்ச ஆளில்லை
என்றதுமே
சித்தப்பா சொன்னார்
விதைகளை அள்ளித்
தருவதில் அப்பத்தாவை மிஞ்ச
எந்த ஊரிலும் ஆள் இல்லை.
விதை வாங்க வந்த ஒரு குழந்தை
மடித்த காகிதத்தின் மேல்
பீர்க்கைவிதை என்று எழுதியதை
குறுஞ்சிரிப்புடன் பார்த்த அப்பத்தாவைப்
பார்த்துக் கேட்டாள்
எப்படி அப்பத்தா
இத்தனை விதை
பேர் எழுதாமலே தெரியுது.

அப்பத்தா திருப்பிக் கேட்டார்
உன் அம்மா உன் மேல்
உன் பேரை எழுதி வைத்திருக்கிறாளா.

பட்டுரோஜா

பெண் வீட்டு அழைப்பு என்றாலும்
மாப்பிள்ளை வீட்டு அழைப்பு
என்றாலும்
யார் வீட்டுக் கல்யாணம் என்றாலும்
கல்யாணப் பெண்ணுக்கு
டேபிள் ரோஜா நிறத்தில்
பட்டுச் சேலை பரிசளிப்பார் அப்பத்தா.
அந்த ஊரில்
அப்பத்தா கலர் என்றே
பெயர் போட்டுவிட்டார்கள்.
மொய்முறை செய்தாலும்
ரோஜா நிறச் சேலை தவறுவதில்லை.
ஏன் இதே நிறமென யாரேனும் கேட்டால்
அப்போது மட்டும்
நமண்டைக் கடித்தபடி சொல்வார்.
இந்தப் பட்டு ரோஜா நிறம்
எல்லாருக்கும் அழகாருக்கும்.

பெரிய அப்பத்தா

வேலி ஓரத்துப்
பந்தல் முல்லையைக்
கட்டி வைக்க
ஒரு பொம்பளப் புள்ள
இல்லையே என ஏங்குவாள்
பெரிய அப்பத்தா.
அந்த ஊரின் எல்லாப் பெண்களும்
அப்பத்தாவிடம் வாழைமட்டைப் பூ
தைத்துக் கொண்டவர்கள்தான்.
நல்லவேளை
பூவே வைக்காமல்
தலை அலங்காரம்
நடப்பதைப் பாராமலே
போய்ச் சேர்ந்து விட்டார் அப்பத்தா.

வித்து அளித்தவள்

அப்பத்தாவுக்கு பெருங்கைகள்
பாட்டா கேலிபேச்சாகச் சொல்வார்
அவளுக்கு முறக் கைகள்.
வித்து தந்த ஆளு...
விதைநெல்லைக்கூட
பரதேசிக்கு அள்ளி வீசினவ உங்கப்பத்தா.
அப்பத்தா தன்அகலக்கையால்
எல்லோர்க்கும் அள்ளி அள்ளித்தான்
இலையில் வைப்பார்.
தோட்டத்துக் காய் கசம்பானாலும் சரி
தன் கைப்பக்குவத்தில் செய்த
புளிமாங்காய் ஆனாலும் சரி.

என்னோட சந்தோசத்துக்குத்தான்
தருகிறேன்
கொடுத்துக் கொடுத்துப் பழகிவிட்டால்
கொடுக்காமல் இருக்கமுடியாது
என்பார் அப்பத்தா.
அப்படித் தரும்போதெல்லாம்
அப்பத்தாவின் முகம் மினுங்கும்.
உதிரப்போகும்
ஒரு வேப்பங்கனி போலாகிவிடுவார்.

மண் நிறத்தினள்

ஐந்து பாத்தி நிறைய
நாற்று வைத்துக்கொண்டே
இருப்பார் அப்பத்தா.
யார் எந்த நாற்று
வேண்டுமானாலும் எடுத்துக்கங்க
ஆனால் கொஞ்சம் அடிமண்ணையும்
சேர்த்து எடுத்துட்டுப் போங்க
என்று ஒவ்வொரு முறையும்
மறவாமல் சொல்வார்.
யாராவது நாற்றுக்குக் காசு கொடுத்தால்
உன் அம்மாவிடம் கொடுத்துவிடு என்பார்.
அப்போதெல்லாம் அப்பத்தா
மண்நிறத்தினளாக
பேருரு எடுத்துநிற்பார்.

மோதிரப்பூ அக்கா

தன் வீட்டு வாசலில் பூத்திருக்கும்
ஐந்துஇதழ் பூவை மடக்கி
மோதிரமாக்கி
அவ் வழி போகும்
குழந்தைகளை அழைத்து
விரல்நீட்டி மாட்டும்
அழகீசு அக்கா
அப்பத்தாவிடம் கலங்கிச் சொன்னார்.
நாற்பத்தி எட்டுநாள்
அணையாமல் எரியும்
நந்தா தீபத்திற்கு
எண்ணெய் வாங்கிக் கொடுப்பது
பத்து வருடமாய்
வீட்டில்தவழாத குழந்தை
வந்துதிக்கப்
பரிகாரமாம்.
அடிப் போக்கத்தவளே
எண்ணெயைக் கோயிலுக்குக் கொடு
நாள் தவறாமல் வீட்டில் விளக்கேற்று புரியுதா என்று
அப்பத்தா சிரித்ததும்
அக்காவின் வெட்கம் பளபளத்த முகத்தில்
நுனியில் சிவப்பேறிய
சுடர் ஒளிர்ந்தசைந்தது.

தானம்

வாசலுக்கு வெள்ளுடையில்வந்த அவர்
ஒரு வில்வம் போலத்தான் இருந்தார்.
கருத்து மின்னும் கல்வம் என
அவர் கைத் திருவோடு மின்னியது.
சிறு கிண்ணியில்
அரிசியுடன் வந்த அப்பத்தா கவிழ்த்ததும்
நில் என்று கை காட்டி
கிண்ணியில் நான்கைந்து
அரிசியை இட்டார்.
பெறுவதும் கொடுப்பதுமாய்
இடம் மாறிய அரிசி
இருவரையும் பார்த்து
சிரித்துக் கொண்டிருந்தது.

தீர்த்தம் என்பதும் தண்ணீர்தான்

பாட்டாவின் நினைவாய்
சாமி அலமாரியில்
வைத்திருந்த
சிறு செப்புத் தீர்த்தத்தை
கடைசித் தண்ணீர்க்கு
பக்கத்துவீட்டுக்கு
அளித்த அப்பத்தாவைப் பார்த்துப்
பதறியவளிடம் சொன்னார் அப்பத்தா.
எந் தோட்டத்துக் கிணத்தில
ஒரு கைசேரத் தண்ணிதான்
தீர்த்தம் எனக்கு.

மழை நீர் போல் மனிதர்கள் இருந்த காலம்

மார்கழி மாதத்தின்
அந்த ஒரு நாளில்
அணைக்கட்டுக்கு அண்மை மேட்டில்
வேக வைத்த மொச்சைப்பயிறைக் குவித்து
சந்தனம் தெளித்து சூடம் காட்டி
ஊதுவத்தி குத்தி
கையெடுத்துக் கும்பிட்டுவிட்டு வரும் அப்பத்தா
அன்று முழுக்கத்
தன் அம்மா கதை சொல்வார்.
அம்மா கடைவைத்து உட்கார்ந்த இடம்
கட்டுமானப் பணி ஆட்களின்
பசி அறிந்து துணிந்து கடை போட்ட இடம்
ஒரு எழுத்தும் அடையாளம் தெரியாமல்
சின்னவட்டம் இட்டு
ஒரு பணமதிப்பையும்
முக்கோணம் இட்டு அதற்கொரு
பணமதிப்பும் நினைவில் பதிப்பாள் அம்மா.
வட்டத்திற்குள் புள்ளிஎன்றால்
பத்து ரூபாய்.
பத்து ரூபாய்களாய்க்
கட்டிக் கட்டி
மூட்டையில் வைத்து அப்பா முதுகில் ஏற்றி

நகர்வந்து வாங்கிய
பதினாறு ஏக்கரும்
மொச்சையும் பணியாரமும் தந்த காசு.

கடைக்குள் புகுந்து மொச்சை அள்ளித் தின்ற
காட்டு யானையும்சரி
அணைகட்டிய மனிதர்களும் சரி
மழைநீர் போல
கபடு சூதற்றவர்களாய்
இருந்த காலம் அது.
என்றே கதை முடிப்பார்
அப்பத்தா.

அகழ்கிழங்கு

உறவுகளின் ஒரு கூடுகையில்
அப்பத்தாவுக்குப் பிறகு
அந்த வீட்டில்
யாருமே
வெள்ளைச் சேலை கட்டலை
என்றார் ஒருவர்.
அப்பத்தா யாரையும்
கட்டவிடவில்லை.
என்றார் இன்னொருவர்.
உள் இருக்கும் கிழங்கு மணம் அறிய
இலையை முகர்ந்தால் போதும்.
அகழ்ந்தெடுக்க வேண்டியதில்லை.
என்றார் மற்றொருவர்.

நினைவிலி

அப்பத்தா வுக்குப் பிடித்த பட்டு ரோஸ்
நிற நைட்டியைச் சுற்றி
புசு புசுவென மடிப்பு பிரில்கள்.
எதற்கு எனக்கேட்டதும்
சொல்கிறார்கள்.
இன்னும் சேலை கட்டுவதாகவே நம்பும் அப்பத்தா
பிரில்களை முந்தியாய் நினைத்து
இழுத்து விட்டுக் கொள்ளும்.

உருமால்

தோட்டத்து
வேலை செய்யும் அப்பத்தா
எப்போதும்
தலையில் உருமாலுடன்தான்
இருப்பார்.
தலைக்குத் தண்ணி ஊத்தனவளாட்டமா
அதென்னத்துக்கு மண்டைக் கட்டு
என்று சொல்லும்போதெல்லாம்
பாரதியாரும்
தோட்டத்திற்குள் வந்து உலவுவார்.

இருள் வென்ற சுடர்

பின்னிரவுகளில்
அப்பத்தாவுடனான பேருந்துப்பயணங்கள் என்பது
வெள்ளைநிற விளக்குடன்
பயணிப்பது.
பெயர் தெரியாத ஊரில்
பெயர் தெரியாத தெய்வங்களுக்கு என
யாரோ ஏற்றிவைத்த
இருள் நடுவே
ஒளிச் சொட்டென
ஆடாமல் அசையாமல் நின்றெரியும்
ஒரு தீபத்தைப் பார்த்ததும்
கைகூப்பி நீர்மல்குவார் அப்பத்தா. அப்போது ஒளிர்வார்
ஒரு வெண் சுடராய்.

உறைகிணறு

பெண்ணை வைச்சுக்கிட்டு
ஊறுகாயா போடப்போறீங்க
பொழைக்க அனுப்பிவைங்க என்று
ஊரிலிருந்து வந்து
மூன்று மணி நேரமாக
ஏழுமுறை வெற்றிலை மென்று மென்று
பேசிக்கொண்டேயிருந்தார்கள்.
உள்ளே அப்பத்தா வந்ததும்
கூடம் அமைதியானது.
பத்தாத கயிறுல எங்க புள்ளை
தண்ணி இறைக்க மாட்டேங்கிறா
போய்ட்டு வாங்க
கை கூப்பினார் அப்பத்தா.

மூங்கில் பிளாச்சு

சாணி அள்ள ஒரு கூடை
சோறு சுமக்க ஒரு கூடை
கோழி அடைக்க ஒரு கூடை
காய் செமக்க ஒரு கூடை
பூப்பறித்து ஈரம் சொட்டும் ஒரு கூடை
சாமிக்கு தேங்காய் பழம் சுமக்க ஒரு கூடை
எல்லாம் எல்லாம்
மூங்கில் ஆகவே இருந்தது அப்பத்தாவுக்கு.
எந்தக் கூடையும்
இன்னொரு கூடை போல் இருக்காது.
என் செல்லப் பொட்டிக் கூடை
என்று
பேத்தியைக் கொஞ்சும் போது
கல் மூங்கிலில் ஒரு துளிர்
முளைத்து எழும்.

தீபச்சுடர்

எங்கள் ஊரின் பெண்களுக்குள்
தன் உடலைத் தான் உணரும்
ஒரு மின்னலைச் சொடுக்கியவள் அப்பத்தா.
கால் விரித்து அமர்ந்த
சிறு பெண் குழந்தையின் கன்னம் கிள்ளி
விளக்கு ஏத்தி வச்சிட்டியாடி ராசாத்தி
என்ற வார்த்தைகள்
அருகே இருக்கும் பெண்களை
அகல் விளக்காக்கியிருக்கிறது.
உடல் ஒரு தீபச்சுடராகி
உச்சியில் மிதக்கும்
அற்புதத்தை எழுப்பியவள் அப்பத்தா.

குருவி பார்த்தல்

ஆறு ஏக்கரிலும்
சிறுமணிச்சம்பா கார்த்திகை சம்பா என்று
பார்த்துப் பார்த்து
நெல் விதைக்கும் அப்பத்தா
நாலு வரிசைக்கு
குருவிக்கார் நெல்லை விதைப்பாள்.
ஒரு நெல்மணி கூட வீடுவந்து சேராத
இது எதுக்கு தண்டமாய்
என்று யாராவது கேட்டால்
அப்பத்தா சொல்வாள்
குருவிக்கு அந்த நெல்
குலாப் ஜாமூன் மாதிரி
ஒரு முறை குருவிகளின்
பெருங்கூட்டம் பார்த்துத்தான் பாரேன்.

அப்பத்தா ஆத்திரப்பட்ட பொழுது

அப்பத்தா ஆத்திரப் பட்டால்
அவரது கன்னத்துச் சதை ஆடும்.
வார்த்தை தடித்து விழும்
வீடே அமைதி ஏகும்.
முந்நூறு பவுன் பத்தலையாம்
இருநூறு வேணுமாம்
இவனுகளுக்கு இன்னும் வரணும்
நூறு பெரியார்.
கல்யாணப் பத்திரிகையின்
உச்சியில் அந்தத் துணையாம்
இந்தத் துணையாம்
எழுதுங்கள் இனி
மலரினும் மெல்லிது காமம்.

அம்மாவும் அக்காவும்

அக்காவின் பெயரைச் சொல்லி
என்னை அழைத்தார் அம்மா.
அம்மாவுக்கு
வயோதிகத்தின் மறதி வந்திருப்பதாக
நினைத்துக் கொண்டேன்.
என்னை நான் கண்ணாடியில்பார்த்தபோது
தெரிந்தது.
அப்போது
அக்காவின் சேலையை
உடுத்தியிருந்தேன்.

வேலு அப்பத்தாவுக்கு ஒரு கனவு இருந்தது.

மஞ்சளாகப் பூத்திருக்கும்
நிலக்கடலைச் செடிக்கு
நடுவில் நின்று தன் தோட்டம் இது என்று
அடித் தொண்டையில் குரலிட வேண்டும்.
கல்லக்கா பறித்த கூலிக்காசில்தான்
மகனைப் படிக்க வைத்தாள்.
கூலிக்குப் பறிக்கும்போது
மண்ணில் புதைத்துவிட்டு
தப்புக்காய் பறிக்கையில்
தோண்டிஎடுத்துவரும் கூலிக்காரிகளின்
எளிய தந்திரங்கள் எல்லாம்
ஏற்றதில்லை அப்பத்தா.
படிக்குப் பத்துக்காசு என்றே
விரல் நகம் தேயத்தேய
நிலக்கடலை உரித்த காசில் தான்
கல்லூரிக் கட்டணம் கட்டினாள் அப்பத்தா.
ஆபிசரான பின் மகன் மறுத்தான்
விவசாயம் எல்லாம் நட்டம்தான் தரும்.
காடு தோட்டம் வேண்டாம்
வீடு வாங்கினால் வாடகை வரும்.

பூ போல் அம்மா

இளஞ்சிவப்பில்
முதல் பன்னீர் ரோஜா பூத்திருக்கிறது.
அப்படி ஒரு மணம்.
நடுங்கும் கைகளுடன்
அம்மா வாசலில் நின்றிருக்கிறார்.
ஏதாவதொரு
பள்ளி செல்லும் குழந்தைக்காக.
முதல் முறுக்கைத் தர
குழந்தை தேடிய
அப்பத்தாவும் அம்மாவும் வேறு வேறு அல்ல
என்றபடியே
வீட்டுக்குள் இருந்த
அத்தனை சாமி படங்களும்
எட்டிப் பார்க்கின்றன.

வெளிச்சச் சொல்

நடை பயிற்சி செய்யும்
யாரோ ஒருவரைப் பார்த்து
அப்பத்தா சொல்கிறார்;
இன்று அமாவாசை
பார்த்து நடங்க
கட்டு விரியன்கள் நடமாட்டம் உள்ள இடம்.
சொற்களால் இருள் மீது
ஒளியேற்ற அப்பத்தாவால் முடியும்.

இந்த வருடப் பாயசம்

இந்த வருடப் பாயசம்
நல்ல ருசி நல்ல ருசி
அப்படியே அப்பத்தாவின்
கைப்பக்குவம்
என்றே உண்டவர் அனைவரும்
இலை மடித்து எழுந்தனர்.
பங்குனி வளர்பிறை
ஏகாதசி திதி அப்பா நாள்.
படைப்பில் இடுவதற்கென்று
ருசி பார்க்காமல்
அப்பளம் வடை கூட்டு எல்லாம்
உத்தேச உப்பு காரம் இட்டு இறக்கிப்பின்
நிறைவாய் சிறுபருப்பிட்டு
திகட்டாமல் வெல்லமுடன்
நெய்விட்டு முந்திரி திராட்சை
ஏலக்காய்ப்பொடி தூவி
இறக்கி வைக்கும் முன்
கரண்டியில் கலக்கி விடும்போது
ஒரு சிறு திவலையை
உதட்டில் தெறிக்க வைத்தது
அப்பா அன்றி வேறு யாராய் இருக்கமுடியும்
தான் உண்ணும் முன்பு
எங்களை உண்ண வைத்துப்
பார்ப்பார் அப்பா.

உறவு

உறவுகள் யாருமற்ற
ஊருக்குப் போகநேர்ந்தால்
வான் பார்த்து ஒரு முறை
கைகூப்புவாள்.
மண் தொட்டு நெற்றியில்
ஒரு சிறு கீற்று இடுவாள்
சின்னத்தாயி அப்பத்தா.

செல்வி அக்காவின் முத்தங்கள்

அந்த வீதியில் எல்லோர்க்குமே
செல்வி அக்காவையும்
அக்காவின் முத்தங்களையும் பிடிக்கும்.
சிலரைக் கன்னம் கிள்ளித் தருவாள்.
சிலரை நெட்டி முறித்து முத்துவாள்.
சிலரின் புறங்கையில்.
பானுக்கா போல மிகச் சிலரின்
உள்ளங்கைக்குள் முத்தம் தருவாள்.
அத்தனை சிலீரென்று இருக்கும்.
ஏன்க்கா பெண்களுக்கு மட்டும்தான்
முத்தம் தருவாயா
என்று யாராவது கேட்டால்,
ஆண்களை முத்தமிடுவதில்
என்ன அதிசயம் இருக்கு
என்று சத்தமிட்டுச் சிரிப்பாள்.
மோகமுள் யமுனா நாகு அப்பத்தா
செல்விக்கா இவர்கள் எல்லோரும்
ஒற்றைப் பியானோவின்
வெவ்வேறு கருப்பு வெள்ளைகள்.

கடன்

நேர்த்திக்கடனுக்காக
எப்போதும்
கிரிவலம் வருவாள் பெரியப்பத்தா.
மலை ஏற வேண்டுவதில்லையா
என்று யாராவது கேட்டால்
உயரமும் சுற்றளவும்
ஒன்றல்ல என்பாள் அப்பத்தா.

பேச்சியாத்தப்பத்தா

காம்பிலிருந்து
கழன்று விழப் போகும் கனியாக
வெடித்துப் பழுத்திருந்தார்.
காலைக் குறுக்கி வளைந்து படுத்திருந்தார்.
ஒரு வாரமாய் இப்படித்தான் படுக்கிறார்.
ஏனென்று தெரியலையே
அங்கலாய்த்தாள் அவரின் மகள்.
வாங்கிப் போன சிவந்த ஆப்பிளை
வேகவைத்துத் தோல் எடுத்து
மசித்துப் புகட்ட
போதும் பேச்சிமாம்மா
என்றதும் எனக்குப் புரிந்தது.
மூன்று வயதில் இவரை விட்டுவிட்டு
அடுத்த பிள்ளைப்பேற்றில் இல்லாமல் போன
இவரின் அம்மாவுக்குள்
கருக்குழந்தையாய் சுருண்டிருக்கிறார்.
அம்மா வயிற்றுக்குள்
இருக்கும்வரை
குழந்தைகளுக்கு ஆயுள் கெட்டி
என்று சொல்லிவிட்டு வந்தேன்.

ஓர் அலை குடிப் பெண்ணின் பெயருக்கு ஐந்தெழுத்து

கட்டுமானப் பணிக்காக
பாதைகளை மாற்றியமைத்த பாலத்தருகேதான் பார்த்தேன்
அத்தாயையும் மகளையும்
கோடு போட்ட நோட்டில்
பென்சிலை எழுத்தாணி போல
நெட்டுக் குத்தாய்ப் பிடித்திருந்த
அன்னை எழுதிக்கொண்டிருந்தாள்
அருகில் இருந்தது அரசு தந்த
விலையிலா இளஞ்சிவப்பு புத்தகப்பை.
இவ்வளோ பெரிசா எழுதாதம்மா
இன்னும் மூணு எழுத்திருக்கு உன் பேருக்கு.
திட்டுவதாய் நினைத்துக்கொண்டு
கொஞ்சிக் கொண்டிருந்தாள் அம்மாவை.
இங்கிருந்தே தெரிந்தது
வீர என்ற இரு பெரும் எழுத்து.
பணியிடம் நகர்ந்துகொண்டிருக்கும்
அந்த அலைகுடிப் பெண்ணின்
மீதி மூன்றெழுத்துப் பெயரின் புதிர்
துரத்துகிறது என்னை.

நீ பெண்

சேலை மீது ஆண் சட்டையும்
தோள் துண்டுடனும்
உழைக்கும் வரை தெரியாது
அவள் பெண் என்று.
நெற்றிக் குங்குமம்
வியர்வைத் துளி பட்டு
நெருப்புத் துளியாய் இளகி ஒழுக
கூலி பெறும் போது குறையும் தொகை
மண்டையில் அடித்து
அவளிடம் சொல்லும்
நீ பெண்... நீ பெண்.

அப்பத்தா இருக்கும் ஊர்

மடக்கி விரிக்கும் ஒரு பெட்டி
நடுவில் பிரிக்க ஒரு ரீப்பர்
மேலே பனிரெண்டு நிரலும்
கீழே பனிரெண்டு நிரலுமாக
கண்ணாடி வளையல்கள்
அடிப்பெட்டியில்
ஒட்டுப்பொட்டு தலை ஊசிகள்
பவுடர் கண்மை
கிராமத்தின் வீதிகளில்
இணையாய் வரும் அவர்களின் குரல்
வளையல் கண்ணாடி பொட்டு
மெலிதாய் ஒலிக்கும்.
பாட்டி சும்மாடு துணி வைத்து
தலையில் சுமக்கும்.
தாத்தா பெட்டி சுமக்கும் கணங்களில்
புதியவானம் புதிய பூமி
எம்ஜியாராக மாறிவிடுவார்.
இரண்டு சேர்க்கும் ஒரே பெட்டியா
என்பவர்களுக்கு சொல்வார்கள்
எங்கள் இரண்டு பேரின் வயிற்றுக்கு
இதுவே அதிகம்.

மாயம்

நதியில் மிதக்கும்
ஒரு விளக்கை
ஆயிரம் விளக்காக்கிக் காட்டும்
வித்தையைக்காண அப்பத்தாவை அழைத்தார்கள்.
அப்பத்தா சொன்னாள்
எந்த நதிதான்
ஒரு விளக்கை ஒரே விளக்காகக் காட்டும்.

நெல் விளைக இரவலர் வருக

பட்டிப் பொங்கலுக்கு
பச்சமாவுஉருண்டைக்காக
பச்சரிசி இடிக்கையில்
உரலைச் சுற்றி
சிதறும் மாவை சேர்த்து அள்ள
வெள்ளை வேட்டி
விரித்து வைப்பாள்
செல்லத்தாயி அத்தை.
கண்டுவிட்டால்
கண்டபடி திட்டுவாள் அப்பத்தா.
எறும்புகள் தின்னட்டுமே
இப்படியாவது தானம் கொடு என்று
வேட்டியைச் சுருட்டி எடுத்தபடி
வீட்டுக்குள் போவாள்.

வனப்பழிதல்

அப்போதெல்லாம்
மீனாக்காவின் பின்னல்
குதிகாலைத் தொடும்.
திரும்பும்போது சடாரென்று
திரும்பமுடியாத பின்னலின் நெளியலைக்
கண் இமைக்காது பார்ப்பேன்.
நீண்ட சடையைமூளையற்ற குழந்தை
என்ற அம்பை கதையை
அக்காவுக்கு சொன்னபோது
ஆமாம் ஆமாம் எனஆச்சரியப்பட்டாள்.
இரும்பு நாற்காலியில் உட்கார்ந்து
புத்தகம் படிக்கையில்
தரை புரளும் பின்னலுடன்
வீட்டுப் பூனை விளையாடும்.
திரையரங்கில் அமரும்போது
ஞாபகமாய் ஒரு குழந்தையைப் போல்
பின்னலை மடியில் எடுத்து
வைத்துக் கொள்வாள் அக்காள்.
நடக்கும்போது பின்னால்
சற்றே சரிந்து தலை நொடித்து
நடக்கும்போது கர்வம் என்று சொல்வார்கள்.
ஆனால் அக்காவுக்கு அந்தப்
பிரக்ஞையே இல்லை என்று எனக்கும்

அவள் முடிக்காகவே கட்டிக்கொண்ட
மாமாவுக்கும் மட்டுமே தெரியும்.
போனவாரம் பார்த்த அக்காவுக்கு
தலை நொடிப்பு அப்படியே இருந்தது.
அடர்த்தியும் நீளமும் மாறவே இல்லை.
ஒரு கருப்பு முடி கூட இல்லாமல்.
மாமா சாயமடிக்கத்தான் சொன்னார்.
அவரே அடிக்கலை
நமக்கெதுக்கு கெடக்கட்டும் கழுதைனு விட்டுவிட்டேன் என்றார்.
அழகு அழிவதை விடத் துயரம்
அழியும் அழகின் அருகில் இருப்பது.

சொல் கனி

கீற்றாய் நறுக்கி
விரிந்த பூ போல் தட்டில் வைத்து
நம் தோட்டத்துப் பழம் சாப்பிடுங்க
என்ற அப்பத்தா வின்
சொற்களுக்குள் வீசும் வாசம்
எந்தப் பழத்திற்கும் இல்லை.

தீண்டல்

ஆண்களின் மதுச்சாலை மேசை போல்
புறத்திண்ணை
பெண்களின் சொற்களை சேகரிக்கிறது.
நாகத்தின் கொத்துதலை
தீண்டல் என்றவன்
மகாஞானி என்கிறாள் ஒருத்தி.
சர்ப்பக்காவடிக்குள் அடைபட்ட நாகங்கள்
அடைத்தவனையும் தீண்டாமல்
விடுத்தவனையும் தீண்டாமல்
உவர்கடலை ஓடோடி அடைவதென
சட்டெனக் கலைகிறார்கள் அவர்கள்.
அவரவர் வீட்டிலிருந்து
வரத்துவங்குகிறது
அவரவர் தாளித வாசனை.

காளியாத்தா அப்பத்தா

தாயிழந்த பிள்ளைகளுக்குத் தாயாய் மாறியவர்
காளியாத்தா அப்பத்தா.
பிள்ளைப் பால் தரும் வீட்டில்
பச்சைத் தண்ணீரும் குடிக்க மாட்டார் அப்பத்தா.
நாடாளும் ராசாவினாலும் விலைதர முடியாத ஒண்ணு
குழந்தைப் பால் என்பார் அப்பத்தா.
அண்ணாந்தேந்திய முலை தளர் காலத்தில்
அழும் குழந்தைகளுக்கு
வெறும் முலை தருவார் அப்பத்தா.
தாயை நினைத்து
அழும் குழந்தைகளை
அணைத்தபடி சொல்வார்
ஆற்றுநீர் வற்றினாலும்
ஊற்றுநீர் வற்றாது.

சிறு விளக்கு

அப்போதுதான் கையை விட்டு
நடக்கப் பழகி இருந்த
சிறு குழந்தையை இழந்த அவள்
இரவும் பகலுமாய்
சிறு வட்ட தீபத்திற்கு
எண்ணெய் ஊற்றி ஊற்றி
அணைந்து விடாமல் பார்த்திருந்தாள்.
பேதலித்து விட்டாள் என்று
நினைத்தவர்களிடம் பேசவில்லை.
அணைத்துக்கொண்ட அப்பத்தாவிடம் சொன்னாள்
அச்சுவெல்லம் சப்பியபடி
அவள் உட்கார்ந்திருக்கிறாள் என
தீபச்சுடரைச் சுட்டினாள்.
முப்பத்து ஒன்பது நாட்களுக்குப்பின்
அவள் ஏற்றவே இல்லை
அச் சிறு விளக்கை.

அப்பத்தாவுக்குப் பிடித்த பெண்கள்

ஒரு காலை மடக்கி உட்கார்ந்து அடுப்பெரிக்கும் பெண்
நுனிக்காலால் நின்று
எட்டி பூப் பறிக்கும் பெண்
தட்டில் இருப்பதை வழித்து
யாசகர்க்குத் தரும் பெண்
ஏற்றும் சுடர்க் கனல்
முகத்திலேறிய பெண்
கணவரைக் கல்லாவில் உட்காரவைத்து
இளநீர் சீவும் பெண்
இடுப்புக் குழந்தையோடு இரும்படிக்கும் பெண்.

ராசாத்தி அப்பத்தா

நலுக்கம் கண்ட குழந்தைகளுக்கு
மந்திரித்து விடுவார் அப்பத்தா.
கற்றுக் கொடுக்கக் கேட்டபோது
சொன்னார்
மந்திரம் என்பது ஒன்றும் இல்லை.
நம்பிக்கைச் சொல்.

அப்பத்தாவிடம்
பதினேழு கம்மல்கள் இருந்தன

விற்று விட்ட பசுமாடு
கனவில் அழுததாய்
புலம்பிய கணம்
சர்ப்பம் ஏறிய காலமாகத் தான் இருந்திருக்கும்
உன்னோட வத்தப்பசு
கரப்பாடியில்தான் இருக்கு
காலார நடந்து போயி
காதுக்கம்மலைக் கழட்டிக் கொடுத்துட்டு
கெழட்டுப் பசுவைக் கூட்டிட்டு வா
கட்டியவன் கத்திய சொற்சிதறலுக்காக
பத்தொன்பது மைல் நடந்து
ஏழுகல் கம்மலைக் கழட்டி
விற்றவர் கையில் கொடுக்கும்போது
கண்ணில் இருந்து விழுந்த
இரு கல்துளிகளோடு
மாட்டைத் தன் பட்டிக்கு அழைத்து வந்தார்.
அடுத்தநாள்
தன் வாழைப்பூக் கம்மலை பேத்திக்குக் கொடுத்தார்.
கெம்புக்கம்மலை
அம்மன் உண்டியலில் போட்டாள்.
முத்துக்கம்மலை
தோழிக்குக் கொடுத்தார்.
மிச்சத்தை வழித்து
வெல்வெட் பெட்டியோடு மகளிடம் கொடுத்தார்.
அதற்கப்புறம் அப்பத்தாவின் காது
கம்மல் இருந்த வெள்ளை வட்டத்தடத்துடன்
வெறும் காதாகத்தான் இருந்தது.

பிள்ளைப் பால்

அப்பத்தா வீட்டு வாசலில்
அதிகாலையில் குடம் நிறையப் பாலிருக்கும்.
குழந்தைக்கு என்று யார் வேண்டுமானாலும்
அரைப்படி வாங்கிச் செல்லலாம்.
புள்ளைக்குன்னு சொல்லி வாங்குனவன்
டீ காப்பி போட்டுக் குடிக்கிறான்
என்று கடைசி மகன் கோபித்த அன்றுதான்
சொத்தை மூன்று பாகமாகப் பிரித்தாள் அப்பத்தா.
மூத்தவனுக்கு ஒரு பங்கு.
இளையவனுக்கு ஒரு பங்கு.
தனக்கு ஒரு பங்கு.

கவிஞர் ஜே.மஞ்சுளாதேவி

உடுமலைப்பேட்டையைச் சேர்ந்தவர். 'வானம்பாடி கவிதை இயக்கம்' பற்றி முனைவர் பட்டத்திற்காக ஆய்வு செய்தவர். 'பாப்பாவின் நட்சத்திரம் "சுற்றிலும் மனிதர்கள் நகர்ந்து கொண்டே இருக்கிறார்கள், நிலா தெரியாத அடர்வனம், இனி ஒருபோதும் கடவுளுடன் பேச மாட்டோம், உழத்தி, இரயில் கோமாளிகள், ஆண்களின் கனிவான கவனத்திற்கு, மழையாலும் வெயிலாலும் ஆனவர்கள், இரண்டு கிராம் யானை என பத்துக் கவிதை நூல்களை எழுதியுள்ளார். சாகித்ய அகாதமியின் இந்திய இலக்கியச் சிற்பிகள் வரிசையில் கோவை ஞானி பற்றிய நூலை எழுதியுள்ளார். மனிதர்களின் நம்பிக்கை தரும் முகத்தை, அன்பால் கனிந்த மனிதர்களைத் தன் கவிதைகளில் தொடர்ந்து பதிவு செய்து வருகிறார். கவிஞர் சிற்பிக்கும், கோவை ஞானிக்கும் மாணவி என்றே இவரைச் சொல்லலாம். கவிஞர் சிற்பி அறக்கட்டளையின் இலக்கியப் பரிசு, திருப்பூர் அரிமா சங்கத்தின் 'சக்தி'விருது 'நெருஞ்சி' இலக்கிய விருது உள்ளிட்ட விருதுகளைத் தனது கவிதைகளுக்காகப் பெற்றுள்ளார். இது இவரது பதினொராவது கவிதைத் தொகுப்பு.

ஜே.மஞ்சுளாதேவியின் நூல்கள்:

1. மானுடம் பாடிய வானம்பாடிகள் (2004) ஆய்வுநூல்
2. கண்ணதாசனின் கவிமொழி (2007) கட்டுரைத் தொகுப்பு
3. இலக்கிய முகங்கள் (2007) கட்டுரைத் தொகுப்பு
4. பாப்பாவின் நட்சத்திரம் (2008) கவிதைத் தொகுப்பு
5. வானம்பாடி கவிதைகள் (2013) தொகுப்புநூல்
6. சுற்றிலும் மனிதர்கள் நகர்ந்துகொண்டே இருக்கிறார்கள் (2016) கவிதைத் தொகுப்பு
7. ஞானியின் மார்க்சியம் 100 (2016) தொகுப்புநூல்
8. காற்றாய் புயலாய் (2016) பெண் எழுத்தாளர்களின் சிறுகதைத் தொகுப்பு
9. நிலாத் தெரியாத அடர்வனம் (2017) கவிதைத் தொகுப்பு
10. ஞானி வாசகம் நானூறு (2017) தொகுப்புநூல்
11. இனி ஒரு போதும் கடவுளுடன் பேசமாட்டோம் (2020) கொரோனாக் கவிதைகள் தொகுப்பு
12. உழத்தி (2020) கவிதைத் தொகுப்பு
13. ஒரு நாப்கின் கவிதையும் மற்றும் சில கவிதைகளும் (2021) கவிதைத் தொகுப்பு
14. கவிதையே வாழ்வாக (2021) கவிஞர் சிற்பி பற்றிய கட்டுரைத் தொகுப்பு
15. ஆண்களின் கனிவான கவனத்திற்கு (2022) கவிதைத் தொகுப்பு
16. இரயில் கோமாளிகள் (2022) கவிதைத் தொகுப்பு
17. கோவை ஞானி (2022) இந்திய இலக்கியச் சிற்பிகள், சாகித்ய அகாடமி
18. மழையாலும் வெயிலாலும் ஆனவர்கள் - 2023
19. இரண்டு கிராம் யானை (2024) கவிதைத் தொகுப்பு

www.ingramcontent.com/pod-product-compliance
Lightning Source LLC
LaVergne TN
LVHW060418051026
849518LV00007B/2608
* 9 7 8 9 3 4 8 4 3 9 8 1 9 *